இலக்கணக் குறிப்பு கண்டுபிடிப்பது எப்படி?

(பள்ளி, கல்லூரி அனைத்து வகுப்புகளுக்கும், போட்டித் தேர்வுகள் எழுதுவோருக்கும்)

ஆசிரியர்கள்:

புலவர் கு. நாராயணபாரதி, எம்.ஏ., பி.டி.

முனைவர் இ. ஜே. சுந்தர், எம். ஏ., பிஎச்.டி.

ரிதம்

ரிதம் வெளியீடு

இலக்கணக் குறிப்பு- கண்டுபிடிப்பது எப்படி?
Ilakkana Kurippu — Kandupidipadhu Eppadi

புலவர் கு. நாராயண பாரதி, எம்.ஏ., பி.டி.
முனைவர் இ. ஜே. சுந்தர், எம் ஏ., பிஎச்.டி.

E.J. Sundar©
1st Edition : 2025
ISBN: 978-81-19628-15-5

Published by:
Rhythm Veliyeedu
New No.58, Old No. 26/1, 1st Floor,
Alandur Road, Saidapet,
Chennai 600 015, Tamil Nadu, India.
Ph : 044 23810888, 8428512481
Email: senthil@rhythmbooiks.in
Web: www.rhythmbooksonline.com

பொருளடக்கம்

நூல் நோக்கு
புலவர் குநாராயண பாரதியின் ._நினைவு வெளியீடு
1_அடிப்படை இலக்கணம்
2_அளபெடை
3_வேற்றுமைகள்
4_வேற்றுமைத் தொகை
5_வினைத் தொகை
6_பண்புத் தொகை
7_இருபெயரொட்டுப் பண்புத்தொகை
8_உவமைத் தொகை
9_உம்மைத் தொகை
10_அன்மொழித் தொகை
11_ஆகுபெயர்
12_வினையால் அணையும் பெயர்
13_தொழிற் பெயர்
14_முதல் நிலைத் தொழிற் பெயர்
15_முதல் நிலைத் திரிந்த தொழிற் பெயர்
16_வினை முற்று
17_முற்றெச்சம்
18_பெயரெச்சம்
19_ஈறு கெட்ட எதிர்மறைப் பெயரெச்சம்
20_வினையெச்சம்
21_உரிச்சொற்றொடர்
22_உருபு மயக்கம்
23_விளிப் பெயர்
24_செய்யுள் விகாரம்
25_இரட்டைக் கிளவியும் அடுக்குத் தொடரும்
26_போலி
27_மரூஉ
28_வல்லெழுத்து மிகும் இடங்கள்
29_வல்லெழுத்து மிகா இடங்கள்
30_அசையிலக்கணம்
31_இலக்கண இரத்தினச் சுருக்கம்
ஆசிரியரைப் பற்றி...
ஆசிரியரின் நூல்கள்

3

தமிழ் எழுத்துக்களைச் சரியாகக் கற்காதோர் அல்லது கற்று மறந்தோர்க்காக.

		1	2	3	4	5	6	7	8	9	10	11	12
		அ	ஆ	இ	ஈ	உ	ஊ	எ	ஏ	ஐ	ஒ	ஓ	ஔ
1.	க்	க	கா	கி	கீ	கு	கூ	கெ	கே	கை	கொ	கோ	கௌ
2.	ங்	ங	ஙா	ஙி	ஙீ	ஙு	ஙூ	ஙெ	ஙே	ஙை	ஙொ	ஙோ	ஙௌ
3.	ச்	ச	சா	சி	சீ	சு	சூ	செ	சே	சை	சொ	சோ	சௌ
4.	ஞ்	ஞ	ஞா	ஞி	ஞீ	ஞு	ஞூ	ஞெ	ஞே	ஞை	ஞொ	ஞோ	ஞௌ
5.	ட்	ட	டா	டி	டீ	டு	டூ	டெ	டே	டை	டொ	டோ	டௌ
6.	ண்	ண	ணா	ணி	ணீ	ணு	ணூ	ணெ	ணே	ணை	ணொ	ணோ	ணௌ
7.	த்	த	தா	தி	தீ	து	தூ	தெ	தே	தை	தொ	தோ	தௌ
8.	ந்	ந	நா	நி	நீ	நு	நூ	நெ	நே	நை	நொ	னோ	நௌ
9.	ப்	ப	பா	பி	பீ	பு	பூ	பெ	பே	பை	பொ	போ	பௌ
10.	ம்	ம	மா	மி	மீ	மு	மூ	மெ	மே	மை	மொ	மோ	மௌ
11.	ய்	ய	யா	யி	யீ	யு	யூ	யெ	யே	யை	யொ	யோ	யௌ
12.	ர்	ர	ரா	ரி	ரீ	ரு	ரூ	ரெ	ரே	ரை	ரொ	ரோ	ரௌ
13.	ல்	ல	லா	லி	லீ	லு	லூ	லெ	லே	லை	லொ	லோ	லௌ
14.	வ்	வ	வா	வி	வீ	வு	வூ	வெ	வே	வை	வொ	வோ	வௌ
15.	ழ்	ழ	ழா	ழி	ழீ	ழு	ழூ	ழெ	ழே	ழை	ழொ	ழோ	ழௌ
16.	ள்	ள	ளா	ளி	ளீ	ளு	ளூ	ளெ	ளே	ளை	ளொ	ளோ	ளௌ
17.	ற்	ற	றா	றி	றீ	று	றூ	றெ	றே	றை	றொ	றோ	றௌ
18.	ன்	ன	னா	னி	னீ	னு	னூ	னெ	னே	னை	னொ	னோ	னௌ

உயிர் எழுத்துக்கள் = 12,
மெய் எழுத்துக்கள் = 18,
உயிர் மெய் எழுத்துக்கள் = 12 X 18 = 216,
ஆய்த எழுத்து (ஃ) 1.
ஆக 247.

1 அடிப்படை இலக்கணம்

இந்த நூலைப் படிக்குமுன் நீங்கள் அறிய வேண்டியவை:

1. உயிர் எழுத்து

தமிழ் மொழிக்கு உயிர்நாடியாய் விளங்கும் எழுத்துக்கள். அவை "அ" முதல் "ஔ" வரை உள்ள பன்னிரண்டும்.

(அ) குறில் - அ, இ என்பன போன்ற குறுகிய ஓசை உடைய எழுத்துக்கள்

(ஆ) நெடில் — ஆ, ஈ, என்பன போன்ற நீண்ட ஓசை உடையவை.

2. மெய் எழுத்து

இது புள்ளி எழுத்து என்றும் ஒற்று எழுத்து என்றும் கூறப்படும். க் முதல் ன் வரை உள்ள 18 எழுத்துக்கள்.

3. வல் இனம்

அழுத்தமான ஓசை உடைய எழுத்துக்கள். அவை: க், ச், ட், த், ப், ற் என்னும் ஆறு எழுத்துக்கள்.

4. மெல் இனம்

மென்மையான ஓசை உடையவை அவை: ங், ஞ், ண், ந், ம், ந் என்னும் ஆறு எழுத்துக்கள்.

5. இடை இனம்

மேலே கூறிய வல்லினத்திற்கும் மெல்லினத்திற்கும் இடைப்பட்ட ஓசை உடையவை. அவை: ய், ர், ல், வ், ழ், ள் என்னும் ஆறு எழுத்துக்கள்.

6. உயிர்மெய் எழுத்து

மெய்யெழுத்துக்களாகிய பதினெட்டோடும் உயிர் எழுத்துக்கள் சேரும்போது தோன்றும் எழுத்துக்களே

உயிர்மெய் எழுத்துக்கள். எ.க.: க் + அ = க இங்கே 'க' என்பதுதான் உயிர்மெய் எழுத்து.

7. மொத்தம் தமிழ் எழுத்துக்கள்

உயிர் எழுத்து	12
ஆய்தம்	1
மெய் எழுத்து	18
உயிர்மெய் எழுத்து (12 X 18)	216
மொத்தம்	247

8. மாத்திரை அல்லது அளவு

ஓர் எழுத்து உச்சரிக்கும் நேரத்தை அளவு அல்லது மாத்திரை என்பர். ஒரு மாத்திரை நேரமாவது கண் அமைக்கும் நேரம்; அல்லது கட்டை விரலும் நெடுவிரலும் சேர்ந்து சொடுக்கும் நேரம். தமிழ் எழுத்துக்களில் அரை மாத்திரை நேரம் ஒலிக்கும் எழுத்துக்களும் ஒரு மாத்திரை, இரண்டு மாத்திரை ஒலிக்கும் எழுத்துக்களும் உள்ளன.

புள்ளி எழுத்துக்கள், ஆய்த எழுத்து	-	½ மாத்திரை
க, ச, ட, த, ப, ற போன்ற உயிர்மெய்கள்	-	1 மாத்திரை
கா, சா, டா, தா, பா, றா	-	2 மாத்திரை

9. நிலைமொழி, வருமொழி

இரண்டு சொற்கள் சேர்வதைச் சொல்லும் போது அதாவது புணர்ச்சியில், முதலில் உள்ள சொல் நிலை மொழியாகும்.

எ.க.: படிப்பது + யாது

இதில் 'படிப்பது' என்னும் சொல் 'நிலைமொழி'யாகும். இரண்டாவதாக வரும் 'யாது' என்னும் சொல் 'வருமொழி' என்று கூறப்படும்.

10. பதம்

ஒரு சொல் அல்லது வார்த்தை.

11. பகுபதம்

பல்வேறு உறுப்புக்களாகப் பிரிக்கக்கூடிய சொல்.

எ.க.: கண்டான்

இது காண் + ட் + ஆன் என்று மூன்று உறுப்புக்களுடைய சொல்லாகும்.

12. பகாப்பதம்

பிரிக்க முடியாத சொல்.

எ.க.: கல், மண்.

13. பகுதி

ஒரு சொல்லின் முதலில் இருக்கும் உறுப்பு

எ.க.: கண்டான் என்ற சொல்லில் முதலில் இருக்கும் சில எழுத்துக்களாகிய காண் என்பது பகுதியாகும். இதை முதல் நிலை என்றும் சொல்லலாம்.

14. விகுதி

ஒரு சொல்லின் இறுதி உறுப்பு விகுதியாகும். இதை இறுதிநிலை என்றும் கூறலாம்.

15. பெயர்ச் சொல்

உலகத்திலுள்ள பொருள்களின் பெயர்களைக் கூறுவன எல்லாம் பெயர்ச் சொல் எனலாம்.

16. வினைச் சொல்

பெயர்கள் செய்யும் செயலைக் குறிப்பிடுவன வினைச் சொற்கள்

17. பண்புப் பெயர்

ஒரு பொருளின் குணத்தைப் பற்றிய சொற்கள்.

எ.க.: வெண்மை, வட்டம்.

18. எழுவாய்

ஒரு செயலைச் செய்கின்ற பொருள் எழுவாய் எனப்படும்.

அது ஒரு சொற்றொடரின் முதலிலே வரும்.

அருள்மணி பாடம் படித்தான்.

இந்த வாக்கியத்தில் முதலில் வரும் சொல்லாகிய அருள்மணி என்பதே எழுவாய் எனப்படும்.

19. பயனிலை

செயலைச் சொல்லும் வினை முற்றே பயனிலை எனப்படும். மேல் வாக்கியத்தில் உள்ள 'படித்தான்' என்பது பயனிலை.

20. செயப்படு பொருள்

எழுவாயினால் செய்யப்படுகின்ற பொருளே செயப்படு பொருள் ஆகும். மேல் வாக்கியத்தில் எதைப் படித்தான் என்று கேள்வி கேட்டால் அதற்குக் கிடைக்கும் "பாடம்" என்ற பதிலே செயப்படு பொருள்.

21. வேற்றுமை

பெயர்ச் சொற்களில் பொருள் வேறுபாடு செய்வனவே வேற்றுமை எனபட்டும்.

மணியை, மணியால், மணியோடு என்று இவ்வாறு கூறும்போது மணி என்னும் பெயர்ச் சொல் பொருளில் பல மாறுபாடுகளை அடைகிறது. அதைச் செய்யும் **ஐ, ஆல்** என்பன வேற்றுமையாகும். இவற்றை வேற்றுமை உருபு என்றும் கூறுவார்கள்.

22. உவமை

ஒரு பொருளைப் போலவே இருக்கும் மற்றோர் பொருளுக்கு உவமை என்று பெயர்.

எ.க.: நிலவு போன்ற முகம் — இதில் முகத்தைப் போல இருக்கும் ஒரு பொருள் நிலவு. ஆதலால் 'நிலவு' என்னும் சொல் உவமைச் சொல் ஆகும்.

23. உம்மை

ஒன்றுக்கு மேற்பட்ட பல சொற்களைச் சேர்ப்பதற்கு இடையே 'உம்' என்பதைச் சேர்க்கிறோம். அதுவே உம்மை எனப்படும்.

எ.க.: தமிழும், ஆங்கிலமும், பிரஞ்சும் படித்தார். இவ்வாறு பலவற்றை எண்ணிச் சொல்லும்போது வரும் 'உம்' என்ற உறுப்பே உம்மையாகும்.

24. தொகை

இரண்டு சொற்கள் சேர்ந்து வருவதற்குத் தொகை என்று பெயர்.

எ.க.: செந்தாமரை. இதில் செம்மை, தாமரை ஆகிய இரண்டு சொற்கள் சேர்ந்து வந்துள்ளன.

25. அசை

ஓர் எழுத்து அல்லது இரண்டு எழுத்துக்கள் கொண்ட ஒரு தொகுதிக்கு அசை என்று பெயர்.

எ.க.: 'கடவுள்' இதில் கட என்பது ஓரசை; 'வுள்' என்பது மற்றோர் அசை.

26. சீர்

செய்யுளில் ஓரடியில் வரும் சொல்லுக்குச் சீர் என்று பெயர். திருக்குறளில் முதல் குறளிலே வரும் அகர என்பது ஒரு சீர்; முதல் என்பது இரண்டாம் சீர்; எழுத்தெல்லாம் என்பது மூன்றாம் சீர்.

27. அடி

செய்யுளில் உள்ள வரிகளுக்கு அடி என்று பெயர். பல சீர்கள் கொண்டது ஓரடியாகும்.

28. மோனை

சீர்களிலுள்ள முதல் எழுத்து ஒன்றாய் வருவது மோனையாகும்.

எ.க.: அழகு அன்பு — இவ்விருச் சொற்களிலும் முதல் எழுத்து 'அ' வந்துள்ளது. இதுவே மோனை எனப்படும்.

29. எதுகை

அடிதோறும் முதல் சொல்லின் இரண்டாம் எழுத்து ஒன்றுபட்டு வருவது.

எ.க.: அழகு பழகு — இவ்விருச் சொற்களிலும் உள்ள இரண்டாம் எழுத்து 'ழ'கரம். எனவே அது எதுகை எனப்படும்.

2 அளபெடை

எழுத்துகள் தமக்கெனக் குறிக்கப்பட்ட மாத்திரை அளவுகளைவிட கூடுதலான நேரத்துக்கு ஒலிக்கப்படுவதே அளபெடை.

அ, இ, உ போன்ற உயிரெழுத்துக்கள் சொற்களின் நடுவிலும் கடைசியிலும் வருவதில்லை. அவ்வாறு வந்திருந்தால் அவையே அளபெடை.

(1) செய்யுளிசை அளபெடை

1. செய்யுளில் ஓசை குறையும்போது அதனை நிறைவு செய்வது செய்யுளிசை அளபெடை
2. இ என்னும் உயிர் எழுத்துத் தவிர ஏனைய உயிர் எழுத்து அச் சொல்லில் இருக்கும்.
3. சொல்லைப் பார்த்தால் ஈரசைச் சீராக இருக்கும்.

எ.க.: அழுஉம், தொழாஅர், சேஎய், ஓஒதல்

(2) சொல்லிசை அளபெடை

1. ஒரு பெயர்ச்சொல்லைச் வினை எச்சமாக மாற்றுவது சொல்லிசை அளபெடை
2. 'இ' என்னும் உயிர் எழுத்தில் முடிந்தால் அது

சொல்லிசை அளபெடையே.

3. உயிர் எழுத்தை நீக்கிவிட்டுச் சொல்லைப் பார்த்தால் அது ஓரசைச் சீராக இருக்கும்.

எ.க.:	உடீஇ, இரீஇ	(அசை, சீர்
	நிறீஇ, வெரீஇ	விளக்கங்களை
	தழீஇ, குழீஇ	இந்நூலின் இறுதியில்
	வெரீஇ, நசைஇ,	தெரிந்துகொள்க)

(3) இன்னிசை அளபெடை

1. செய்யுளில் ஓசை குறையாதபோதும் இனிய ஓசை நீட்டொலிப்பது இன்னிசை அளபெடை
2. அச்சொல்லில் 'உ' என்னும் உயிர் எழுத்து இருக்கும்.
3. அச்சொல் மூவசைச் சீராக இருக்கும்.

   எ.க.: கெடுப்பதூஉம், எடுப்பதூஉம், உடுப்பதூஉம், உண்பதூஉம், துன்புறூஉம், இன்புறூஉம்

எளிய வழி:

அளபெடை உள்ள சொல்லை நோக்குக.

1. *'இ' இல் முடிந்தால் உடனே அது சொல்லிசை என்க*
2. *இல்லையேல் அசை பிரித்துப் பார்க்க*

இரண்டு அசையாயின் அது செய்யுளிசை, மூன்று அசையாயின் அது இன்னிசை, மிகச்சில சொற்களைத் தவிர பெரும்பாலும் இவ்வழி சரியாகவே அமையும்.

3 வேற்றுமைகள்

முதல் வேற்றுமை : உருபு இல்லை.
எ.க.: பாரி வந்தான்.

இரண்டாம் வேற்றுமை : ஐ
எ.க.: பாரியைக் கண்டேன்.

மூன்றாம் வேற்றுமை : ஆல், ஓடு, உடன்,

		எ.க.: பாரியால் முடியும், பாரியோடு போ, பாரியுடன் வருக
நான்காம் வேற்றுமை	:	கு எ.க.: நோய்க்கு மருந்து
ஐந்தாம் வேற்றுமை	:	இன் எ.க.: ஊரின் நீங்கினான்
ஆறாம் வேற்றுமை	:	அது, உடைய எ.க.: மரத்தினது, என்னுடைய கை
ஏழாம் வேற்றுமை	:	கண், இடம் எ.க.: அவன் கண் இருந்தது பாரியிடம் இல்லை
எட்டாம் வேற்றுமை	:	உருபு இல்லை

4 வேற்றுமைத் தொகை

இரண்டு சொற்களுக்கு இடையே ஐ, ஆல், கு, இன், அது, கண் என்னும் ஆறும் மறைந்திருக்குமானால் அது வேற்றுமைத் தொகையாகும்.

1. இரண்டாம் வேற்றுமைத் தொகை

எ.க.: தமிழ் கற்றான் — ஐ மறைந்து வந்துள்ளது

இரண்டாம் வேற்றுமை உருபும் பயனும் உடன் தொக்கத் தொகை.

எ.க.: தயிர்க்குடம் — நடுவில் ஐ என்ற இரண்டாம் வேற்றுமை உருபும், உடைய என்னும் சொல்லும் மறைந்துள்ளது.

2. மூன்றாம் வேற்றுமைத் தொகை

எ.க.: தலை வணங்கினான் — ஆல் மறைந்துள்ளது

மூன்றாம் வேற்றுமை உருபும் பயனும் உடன் தொக்கத் தொகை.

எ.க.: பொற்குடம் — நடுவில் ஆல் என்னும் மூன்றாம்

வேற்றுமை செய்யப்பட்ட என்னும் பயனும் மறைந்து நிற்கின்றது.

3. நான்காம் வேற்றுமைத்தொகை

எ.க.: நோய் மருந்து — 'கு' உருபு மறைந்துள்ளது.

4. ஐந்தாம் வேற்றுமைத்தொகை

எ.க.: மலையருவி — இன் அல்லது — இல் மறைந்து வந்துள்ளது

ஐந்தாம் வேற்றுமை உருபும் பயனும் உடன் தொக்கத் தொகை.

எ.க.: புண்ணீர் — புண்ணிலிருந்து வழியும் நீர்

5. ஆறாம் வேற்றுமைத்தொகை

எ.க.: தமிழர் பண்பு — அது என்பது இடையே மறைந்துள்ளது

அவன் வண்டி — உடைய என்பது மறைந்துள்ளது.

6. ஏழாம் வேற்றுமைத் தொகை

எ.க.: மணி ஒலி — கண் என்னும் ஏழாம் வேற்றுமை உருபு மறைந்து வந்துள்ளது.

ஏழாம் வேற்றுமை உருபும் பயனும் உடன் தொக்கத் தொகை.

எ.க.: வயிற்றுத்தீ — வயிற்றின் கண் தோன்றிய தீ

குறிப்பு: நான்கு, ஆறு ஆகிய வேற்றுமைகளுக்கு உருபும் பயனும் உடன் தொக்கத் தொகை பாடப் பகுதியில் இடம் பெறுவதில்லை.

5 வினைத் தொகை

எ.க.: சுடுசோறு, இலங்குநூல், ஊறுகாய், பாய்புனல்

சுடுகின்ற சோறு — நிகழ் காலம்

சுட்டசோறு — இறந்தகாலம்

சுடும்சோறு — எதிர்காலம்

என்று **மூன்று காலமும்** இரண்டு சொற்களுக்கு இடையே மறைந்திருக்கும்.

எப்படிக் கண்டுபிடிப்பது :

எ.க.: இத்தொகையில் இரண்டு சொற்களே இருக்கும். முதலில் இருக்கும் சொல் ஒரு வினைச் சொல் இரண்டாவது சொல் பெயர்ச்சொல்.

6 பண்புத் தொகை

கீழ்வருவன எல்லாம் பண்புப் பெயர்கள்

நன்மை, தீமை	:	குணத்தைக் குறிக்கும் சொற்கள்
வட்டம் சதுரம்	:	உருவத்தைக் குறிக்கும் சொற்கள்
நீலம், பசுமை	:	நிறத்தைக் குறிக்கும் சொற்கள்
ஒன்று, பத்து	:	எண்ணிக்கையக் குறிக்கும் சொற்கள்
துவர், காரம்	:	சுவையக் குறிக்கும் சொற்கள்

இப்பண்புப் பெயர்களோடு பெயர்ச் சொற்கள் சேர்ந்து வருமாயின் அது **பண்புத் தொகை** எனப்படும்.

எ.க.: சேவடி, செங்கண், நெடுங்கடல், மூதூர், தண்தயிர், பைந்தொடி வெண்சிலை, நாற்படை

7 இருபெயரொட்டுப் பண்புத்தொகை

எ.க.: கைத்தலம், மாமரம், மடித்தலம், தமிழ்நாடு, வேற்படை, அன்னப்புள்,
கற்புக் கடம், பண்புத்தொகை, தவத்தொழில்

இரண்டு சொற்கள் கொண்ட இத்தொகையில் முதலில் வரும் சொல் (மா) ஒரு சிறப்புச் சொல்; இரண்டாவதாக வரும் சொல் (மரம்) ஒரு பொதுச் சொல். சிறப்பும் பொதுவுமாக இணைந்து வருவது இருபெயரொட்டுப் பண்புத் தொகையாம். இரண்டும் பெயர்ச்சொற்கள் ஆதலால் இரு பெயர் ஒட்டியிருப்பது என்று கூறப்பட்டது.

8 உவமைத் தொகை

எ.க.: மதிமுகம், மலர்அடி, துடிஇடை, கமலக்கண், கனிவாய், தேன்மொழி, காவிவிழி, கயல்விழி, மான்விழி, வாள்மீசை, பானைவாய், இடிமுரசு.

எப்படிக் கண்டுபிடிப்பது :

1. முதலில் இரண்டு சொல் உள்ள தொகைதானா என்று முடிவு செய்து கொள்ளுங்கள்.

2. முதலில் இருக்கும் சொல் ஓர் உவமைச் சொல்லாய் இருந்தால் அஃது உவமைத் தொகையே (பானைவாய் இதில் பானை என்பது உவமை)

3. அந்த உவமைச் சொல்லை அடுத்து "போன்ற" என்ற சொல் மறைந்திருக்கும். (பானை வாய் — பானை போன்ற வாய் என்று இருக்க வேண்டும்.)

9 உம்மைத் தொகை

எ.க.: வேண்டுதல் வேண்டாமை, அருளாணை, தாய்தந்தை, மாடு கன்று, காயிலைகிழங்கு, நரை திரை, சேர சோழ பாண்டியர், கபிலபரணர்.

எப்படிக் கண்டுபிடிப்பது :

1. முதலில் கொடுக்கப்பட்டது தொடர்புடைய சொல்லா என்பதைப் பாருங்கள். (மாடுகன்று — இவை தொடர்புடையவை).

2. இரண்டு சொற்களுக்கு இடையே 'உம்' என்பதை வைத்துப் பொருள் சரியாக இருக்கிறதா என்பதையும் சிந்திக்க. (மாடும் கன்றும்)

3. அவ்வாறு இடையே 'உம்' வந்தால் உம்மைத் தொகை.

4. இத்தொகையில் மூன்று சொற்கள் கூட வரும் (சேர சோழ பாண்டியர்)

10 அன்மொழித் தொகை

இதுவரையிலும் கூறிய தொகைகளில் அல்லாத சொற்கள் மறைந்து வருமாயின் அஃது அன்மொழித் தொகை எனப்படும்.

'ஆயிழை வந்தாள்'

ஆயிழை — ஆராய்ந்த இழை (ஆபரணம்) என்பது பொருள். இங்கே ஆராய்ந்த ஆபரணம் என்பது அதைக் குறிக்காமல் அவற்றை அணிந்த பெண்ணைக் குறிக்கின்றது. அதனால் அன்மொழித் தொகை என்று கூறப்படும்.

இந்த அன்மொழித் தொகைச் சொற்றொடர் முன்பு கூறிய வேற்றுமை முதலிய ஐந்து தொகைகளுள் ஒன்றாக இருக்கும். ஆராய்ந்த இழை என்று பொருள்படும். 'ஆயிழை' என்பது வினைத்தொகை ஆகும். எனவே இதனை வினைதொகைப் புறத்துப் பிறந்த அன்மொழித் தொகை என்று சொல்ல வேண்டும். இவ்வாறே மற்றத் தொகைகளின் புறத்தே இந்த அன்மொழித் தொகை அமைந்திருக்கும்.

அன்மொழித் தொகைக்குச் சில எடுத்துக்காட்டுகள்:

1. **கோற்றொடி**யைக் கொன்று என் செய
2. **ஏந்திழை** ஈமக் கடனிறுவிப் போது
3. வீமன் திருமகளாம் **மெல்லியலை**
4. ஆயமும் காவலும் **ஆயிழை** தனக்கு
5. தன் துயர் காணாத் தகைசால் **பூங்கொடி**
6. **விளங்கிழை** தமியன் ஆனாள்

7. அஞ்சொல் **இளவஞ்சி** அடியென்தோன் ஏறு

எளிய வழி:

1. *மேற்காட்டியவற்றுள் வரும் அன்மொழித் தொகைச் சொற்கள் யாவும் இரண்டு சொற்கள் (கோல் + தொடி, இள + வஞ்சி) சேர்ந்த ஒரு தொகையாக இருப்பதைக் காண்க.*

2. *அன்மொழித்தொகை பெரும்பாலும் ஒரு பெண்ணைக் குறிப்பதாகவே அமையும்*

11 ஆகுபெயர்

ஒரு சொல் அதன் பொருளைக் குறிக்காமல் அதனோடு தொடர்புடைய பொருளைக் குறிப்பது ஆகுபெயர்.

எ.க.: ஊர் சிரித்தது. இதில் **ஊர்** என்னும் சொல் ஊரைக் குறிக்காது. ஆனால் அதோடு தொடர்புடைய மக்களைக் குறிக்கும்.

இந்த ஆகு பெயர் 19 வகைப்படும். அவற்றுள் தேர்வுகளில் பெரும்பாலும் கேட்கப்படுபவை: பொருளாகு பெயர், இடவாகு பெயர், பண்பாகு பெயர், உவமை ஆகுபெயர், தானியாகு பெயர் ஆகிய ஐந்தே.

கீழ்வரும் எடுத்துக்காட்டுகளைக் காண்க.

எ.க.: 1. 'தாமரை போன்ற சேவடி'

இங்கே தாமரை என்பது தண்டு இலை போன்ற முழுப்பொருளையும் சுட்டாமல் தாமரை மலரை மட்டும் குறிக்கிறது.

எ.க.: 'விருந்தினர் அனிச்சம் போன்றவர்'

இதில் அனிச்சம் என்பது முழு அனிச்சச் செடியைக் குறிக்காமல் மலரைக் குறிக்கிறது. இவை இரண்டும் முதலாகு பெயர்.

எ.க.: 2. 'உலகு மகிழ்ந்தது'

இதில் உலகு என்பது மண்ணுலகத்தைக் குறிக்காமல் அதிலுள்ள மக்களைக் குறிக்கின்றது.

'நகர் வென்றது'

இதில் நகர் என்பது நகர மக்களைக் குறிக்கும். இவை **இடவாகு பெயர்.**

எ.க.: 3. 'வீட்டுக்கு வந்த விருந்து'
இதில் விருந்து என்பது புதுமை என்னும் பொருளுடைய பண்புப் பெயர். அது புதியதாக வீட்டிற்கு வருகிறவர்களைக் குறிக்கும்.

'வீட்டிற்கு வெள்ளை அடித்தான்'
வெள்ளை என்பது பண்புப் பெயர். எனவே இவை **பண்பாகு பெயர்.**

எ.க.: 4. 'பாவை வந்தாள்'
இதில் பாவை என்பது பாவை சிலை போன்ற பெண்ணைக் குறிக்கும்.

'வஞ்சி வந்தனளே'
வஞ்சி என்பது வஞ்சிக்கொடி போன்ற பெண்ணைக் குறித்தது. அதனால் இவை **உவமையாகு பெயர்.**

எ.க.: 5. "இறைவன் கழல் பணிந்தார்"
கழல் என்பது காலில் அணியும் காப்பினைக் குறிக்கும். இங்கே கழல் என்பது காப்பைக் குறிக்காமல் கழலை அணிந்த காலினைக் குறிக்கின்றது. கழல் — தானி ஆகும். அதாவது ஒரு பொருள் தன்னைத் தாங்கி நிற்கின்ற பொருளுக்கு ஆகி வருவது தானியாகு பெயர். எனவே கழல் என்பது **தனியாகு பெயர்.**

அன்மொழித் தொகைக்கும் ஆகுபெயர்க்கும் வேறுபாடு.

ஆகுபெயர்	அன்மொழித் தொகை
ஒரு சொல்லாய் வரும்.	இரண்டு சொற்களில் தொகையாக வரும்
தன்னோடு மிகுந்த தொடர்பில்லாத பொருளைக் குறிக்கும்.	தன்னோடு நெருங்கிய தொடர்புள்ள பொருளைக் குறிக்கும்.
பழமையாக அமைந்திருப்பது.	புதிது புதிதாக ஆக்கிக் கொள்ளலாம்.

12 வினையால் அணையும் பெயர்

எ.க.: அவர் **படித்தவர்.**
படித்தவர் பரிசு பெறுவர்

முதல் சொற்றொடரில் **படித்தவர்** — வினை முற்று.
இரண்டாம் **படித்தவர்** — பெயர்ச்சொல்.

எனவே முதல் சொற்றொடரில் இருப்பதைப் போன்ற ஒரு வினை முற்றுச் சொல், இரண்டாவது சொற்றொடரில் உள்ள படித்தவர் என்பது போலப் பெயராகப் பயன்படுத்தப்பட்டால் அது **வினையால் அணையும் பெயர்** எனப்படும்.

மேலும் சில எடுத்துக்காட்டுகள் காண்க.

விடுத்தோன் மருக
வள்ளியோர்ப் படர்ந்து
தமது பகுத்துண்ணும்
பொறுத்தானோடு ஊர்ந்தானிடை
மிச்சில் **மிசைவான்** புலம்
தப்பியர் அட்ட களத்து
கொடுப்பது **அழுக்கறுப்பான்**
எண்ணிய எண்ணியாங்கு

எளிய வழி

1. *பார்ப்பதற்கு வினைமுற்றைப் போல இருக்கும்*
2. *ஆனால் பெயர்ச்சொல்லாகப் பயன்படுத்தப்பட்டிருக்கும்.*

13 தொழிற் பெயர்

ஒரு செயலை உணர்த்தும் சொல் தொழிற் பெயர் எனப்படும். அது காலம் காட்டாது.

கீழ்க்காணும் எழுத்துகளில் முடிவு பெறும் சொற்கள் தொழிற் பெயராகும்.

தொழிற் பெயர் விகுதிகள்		சொல்
தல்	-	வாழ்தல்
அல்	-	செயல்
அம்	-	வளையம்
ஐ	-	கவலை
கை	-	வாழ்க்கை
வை	-	பாவை
கு	-	ஒழுக்கு
பு	-	காண்பு
உ	-	கரவு, இரவு
தி	-	மறதி
சி	-	தேர்ச்சி
வி	-	பிறவி
உள்	-	உறையுள்

14 முதல் நிலைத் தொழிற் பெயர்

ஒரு சொல்லின் முதலில் இருக்கும் சில எழுத்துகள் முதல் நிலை எனப்படும். அதனைப் பகுதி என்றும் கூறுவர்.

எ.க.:

தொழிற் பெயர்		அதன் முதல் நிலை
கொள்ளுதல்	-	கொள்
உறுதல்		உறு

படுதல்	படு
தெறுதல்	தெறு

செய்யுட்களில் சில இடங்களில் 'கொள்' என்னும் முதல்நிலை மாத்திரமே நின்று கொள்ளுதல் என்ற தொழிற் பெயர்ப் பொருளைக் கொடுக்கும். இவ்வாறு வருவது முதல் நிலைத் தொழிற் பெயர் எனப்படும்

எ.க.: 'கெடு வாக வையா துலகு'

கெடு என்னும் முதல்நிலையானது கெடுதல் என்னும் பொருளில் வந்துள்ளது.

'**எண்** சிதைந்திடச் சினம் கொள்வீர்!

எண்ணம் என்ற தொழிற் பெயரே எண் என முதல் நிலையாய் வந்துள்ளது.

15 முதல் நிலைத் திரிந்த தொழிற் பெயர்

மேலே சொன்ன **கெடு** என்பது முதல்நிலை திரிந்து **கேடு** என்று வேறு சொல்லாகி அதே தொழிற் பெயர்ப் பொருளை உணர்த்தினால் அது முதல் நிலை திரிந்த தொழிற் பெயர் எனப்படும்.

எ.க.: கேடு, கோள், **ஊண்.**

ஒரு தொழிற் பெயர், முதல் நிலைத் தொழிற் பெயராகவும், முதல் நிலை திரிந்த தொழிற் பெயராகவும் வருவதைக் கீழ் வரும் கட்டத்தில் காண்க..

தொழிற் பெயர்	முதனிலைத் தொழிற் பெயர்	முதனிலைத் திரிந்த தொழிற் பெயர்
கெடுதல்	கெடு	கேடு
கொள்ளுதல்	கொள்	கோள்
உண்ணுதல்	உண்	ஊண்
விடுதல்	விடு	வீடு
படுதல்	படு	பாடு

16 வினை முற்று

எ.க.: படித்த மாணவன் - பெயரெச்சம்

படித்துச் சென்றான் - வினையெச்சம்
மாணவன் படித்தான் - வினைமுற்று

மேலே நீங்கள் காணும் கோடிட்ட சொற்கள் மூன்றும் செயலை உணர்த்தும் சொற்களே. படித்த, படித்து என்பவற்றில் செயல் முடிந்து விடவில்லை. ஆதலால் அவை எச்சங்கள் எனப்படும்.

ஆனால் மூன்றாம் வாக்கியத்தில் உள்ள 'படித்தான்' என்னும் சொல்லில் செயல் முடிவு பெற்றிருப்பதால் அது 'வினைமுற்று' எனப்படும்.

இந்த வினைமுற்றில் பலவகைகள் உண்டு.

1. குறிப்பு வினைமுற்று

'அவன் நல்லவன்' என்பதில் நல்லவன் என்பது போல வினை முற்றுக்களில் காலம் காட்டாதவை உண்டு. அவை **குறிப்பு வினைமுற்று** எனப்படும். பெயர் அடியாகப் பிறந்து காலம் காட்டாத **குறிப்பு வினைமுற்றுக்கள்** கீழ்வருமாறு.

எ.க.: நீர்த்து, உடைத்து, நன்று, இல்லை, வேறு, இனிது, உண்டு, இன்று, மருகனை, உளன்.

வினைமுற்றுச் சொற்கள் தன்மை, முன்னிலை, படர்க்கை, என்னும் மூன்றிடத்திலும் பொருந்தி வருங்கால் அதற்கு அந்தந்தப் பெயர் சூட்டப் பெறும்.

அதாவது வந்தேன் என்பது போன்றவை தன்மை வினைமுற்று.

வந்தாய் என்பது போன்றவை முன்னிலை வினைமுற்று.

வந்தான் என்பது போன்றவை படர்க்கை வினைமுற்று.

மேலும் சில எடுத்துக்காட்டுகள் கீழே காண்க.

2. தன்மை ஒருமை வினை முற்று

அறிந்தனென், வருவென், சாற்றுகேன், செய்கேன்,

நோற்றிலேன், வைகுவிப்பேன், காட்டுகேன்

இவை யாவும் தன்மை இடத்தைக் காட்டும் வினை முற்றுக்கள்.

எளிய வழி:
'என்', 'ஏன்', என்று முடிந்தால் தன்மை ஒருமை வினைமுற்று.

3. தன்மைப் பன்மை வினைமுற்று

எ.க.: கண்டிலம், அறிவாம் அறிதும், தேற்றுதும்

இவை யாவும் தன்மை இடத்தில் வரும் பன்மை வினை முற்றுக்களாம்.

எளிய வழி:
'அம்' 'ஆம்', 'தும்' என்று முடிந்தால் தன்மைப் பன்மை வினைமுற்று.

4. முன்னிலை ஒருமை வினைமுற்று

எ.க.: செய்தனை, உண்டனை, செய்தாய், உண்டாய், வருதி, உரைத்தி, கேட்டி, கோடி, காண்டி, சொல்லுதி, கிடத்தி

இவை போன்ற சொற்கள் யாவும் முன்னிலை ஒருமை வினைமுற்றுக்களாம்.

எளிய வழி:
'ஐ', 'ஆய்', 'இ' என்று முடிந்தால் முன்னிலை ஒருமை வினைமுற்று.

5. முன்னிலைப் பன்மை வினைமுற்று

எ.க.: வருதிர், வருவீர்

என்பன போன்ற சொற்கள் முன்னிலைப் பன்மை வினமுற்றுக்களாம்.

எளிய வழி:

'இர்'. 'ஈர்' என்று முடிந்தால் முன்னிலைப் பன்மை வினைமுற்று.

6. படர்க்கை வினைமுற்று

படர்க்கை இடத்தில் உள்ள ஐந்து பால்களிலும் வினைமுற்று வரும்.

எ.க.:	வந்தான்	- ஆண்பால்
	வந்தாள், படித்தாள்	பெண்பால்
	எய்தின்று, வந்தது, முதற்று, கைத்தன்று	ஒன்றன்பால்
	முதல், நீர, போன்ற, வந்தன	பலவின்பால்
	சோகாப்பர், எய்துப, ஆப, உணர்ப, வந்தனர்	பலர்பால்

7. எதிர் மறை வினைமுற்று

எதிர்மறைப் பொருளை உணர்த்தும் வினை முற்றுக்கள் நும் பாடப் பகுதியுள் உள்ளன.

எ.க.: சேரா, கடவார், அஞ்சேல், நீங்கா, அறிந்திலன், பிடிக்கின்றிலேன், தெரிகிலேன்.

இவை யாவும் எதிர்மறைப் பொருளில் வரும் வினை முற்றுக்கள்.

8. ஏவல் வினைமுற்று

முன்னிலையில் ஆணை இடுவதுபோல் வரும் சொற்கள் ஏவல் வினை முற்று எனப்படும்.

1. நட, வா, போ - வெறும் பகுதி மாத்திரம்,

2.	தேற்றாய், வருதி	ஆய், இ விகுதியுடைய சொற்கள்.
3.	உண்ணல் உண்ணேல், மறால், உண்ணாதி, உண்ணாதே	அல், ஆல், ஏல், இ, ஏ — விகுதியுடைய சொற்கள்
4.	நடுமின், பரப்புமின், உண்ணீர், உண்ணும்	மின், ஈர், உம் — விகுதியுடைய சொற்கள்.

இவையாவும் ஏவல் வினை முற்றுக்கள்.

எளிய வழி:

தேர்வுத் தாள்களில் பெரும்பாலும் மீண்டும் மீண்டும் வருவன மின், தி ஆகிய இரண்டு இறுதியையுடைய சொற்களே.

இந்த இரண்டு இறுதி எழுத்துக்களை வைத்துக் கொண்டு வினாத் தாளிலிருந்து தெரிந்து எடுத்து அவற்றை ஏவல் வினைமுற்று என்று எழுதுக.

9. வியங்கோள் வினைமுற்று

ஆணை இடுவது போல இல்லாமல் வேண்டுகோள் விடுக்கும் பாங்கில் அமைந்திருக்கும் வினைமுற்று வியங்கோள் வினைமுற்று எனப்படும்.

வாழ்க, நிற்க, தொடங்கற்க	-	'க' விகுதி
வாழிய	-	இய விகுதி
வாழியர்	-	இயர் விகுதி
எனல்	-	அல் விகுதி

க, இய, இயர், அல் என்னும் நான்கு விகுதிகளும் உள்ள சொல் வியங்கோள் வினைமுற்று.

எளிய வழி:

கல்லூரி உயர்நிலைப் பள்ளி மாணவர்களின் வினாத்தாள்களில் பெரிதும் வரப் பெறுவது 'க' இறுதியை உடைய வியங்கோள் வின்னமுற்றே.

எனவே "க" வில் முடியும் சொல்லைப் பொறுக்கி எடுத்து வியங்கோள் என்றெழுதுக.

17 முற்றெச்சம்

எ.க.: **கண்டனன்** வணங்கினான்
சொரிந்தனர் உவந்தார்
எழுந்தனள் வந்தாள்
தேடினன் கண்டெனன்
பணிந்தான் இறு கூறும்
ஓடினள் வீழ்ந்தாள்
உடையினன் தோன்றினன்

இச்சொற்றொடர்களில், அடுத்தடுத்து இரண்டு வினை முற்றுக்கள் சேர்ந்து வந்துள்ளன. இவ்விரண்டினுள் முதலில் இருக்கும் வினைமுற்று (கண்டனன் வணங்கினான் என்பதில் கண்டனன்) முற்றெச்சம் எனப்படும். அதாவது ஒரு வினைமுற்றுச்சொல் தன் வினைமுற்றுப்பொருளைத் தராது வினையெச்சப் பொருளைத் தந்து மற்றொரு வினைமுற்றைக்கொண்டு முடிவது முற்றெச்சமாகும்.

எளிய வழி:

1. *வந்தான், நின்றான் என்பன போன்ற சொற்கள் வினைமுற்று என்பதை நீங்கல் அறிவீர்கள்.*
2. *அத்தகைய வினை முற்றுக்கள் அடுத்தடுத்து இரண்டு வந்திருப்பின் அங்கே முற்றெச்சம் இருக்கிறது என்பதை அறிந்து கொள்ளலாம்.*
3. *இரண்டு வினைமுற்றுக்களில் முதலில் இருப்பது முற்றெச்சம்.*

18 பெயரெச்சம்

எ.க.:	**உண்ட**	-	இறந்தகாலம்
	உண்கின்ற	-	நிகழ்காலம்
	உண்ணும்	-	எதிர்காலம்

1. அ, கின்ற, உம் என்று முடிகின்ற சொற்கள் பெயரெச்சங்கள்

2. இந்தப் பெயரெச்சங்களை அடுத்து வரும் சொற்கள் பெயர்ச் சொற்களாக இருந்தால் தான் பொருள் பொருந்தும்.

எ.க.:

1. **உண்ட** என்னும் சொல் **வளவன்** என்னும் பெயரைக் கொண்டு முடியும்.

2. **உண்கின்ற** என்பது **பொருள்** என்னும் பெயரைக் கொண்டு முடியும்.

3. **உண்ணும்** என்பது **வேளை** என்னும் பெயரைக் கொண்டு முடியும்.

எனவே பெயரைக் கொண்டு முடியும் சொற்கள் எல்லாம் பெயரெச்சங்களே.

19 ஈறு கெட்ட எதிர்மறைப் பெயரெச்சம்

ஈறு கெட்ட எதிர்மறைப் பெயரெச்சம் என்பது எதிர்மறையான பொருளில் வரும் ஒரு வினைச்சொல்.

எ.க.: எய்துவர் **எய்தாப்** பழி
நாறா மலரனையர்

1. ஆ என்னும் எழுத்தில் முடியும் சொல் வினாத்தாளில் **கீழ்க்கோடிட்டவற்றுள் உள்ளதா எனக் காண்க.**

2. 'ஆ'வில் முடியும் இச்சொற்களுக்கு எதிர் மறைப் பொருளே இருக்கும்.

3. 'ஆ' இறுதி உடைய இச்சொற்களுக்கு அடுத்தாற் போல் இருக்கும் சொல் **பெயர்ச்சொல்லாக** இருக்கும்.

மேலே, எய்தா என்ற சொல்லை அடுத்து 'பழி' என்னும் பெயர்ச்சொல் உள்ளது.

நாறா என்பதை அடுத்து மலர் என்னும் பெயர்ச்சொல் உள்ளது. எனவே பெயரைக் கொண்டு ஆ-வில் முடியும் சொற்கள் ஈறுகெட்ட எதிர்மறைப் பெயரெச்சம் ஆகும்.

20 வினையெச்சம்

தொழில் முற்றுப் பெறாத நிலையை உடைய சொல், வினையெச்சம் எனப்படும். அது வினையைக் கொண்டு முடியும்.

வினையெச்சங்கள் மூன்று காலத்தையும் காட்டும். வினையெச்ச விகுதிகொண்டு அவற்றைச் செய் என்ற வினைப் பகுதியோடு சேர்த்து வாய்பாடு என்று வழங்குதல் மரபு.

எடுத்துக்காட்டாக **'ஊடா'** என்பதன் வாய்பாடு அறிய வேண்டுமாயின் முதலில் ஊடா என்பது வினையெச்சங்களில் எதுபோல இருக்கிறது என்று தேடுதல் வேண்டும்.

ஊடா என்பது செய்யா என்பது போல இருக்கிறது. ஆதலாம் ஊடா என்பது செய்யா என்னும் **வாய்பாட்டு வினையெச்சம்** எனப்படும்.

இவ்வாறே தேர்வில் கொடுக்கப்படும் சொல், கீழ்வரும் 12 வினையெச்ச வாய்பாடுகளில் எதனைப் போல இருக்கிறது என்பதை எளிதில் கண்டுபிடித்து விடலாம்.

இறந்தகால வினையெச்சம்	நிகழ்கால வினையெச்சம்	எதிர்கால வினையெச்சம்
செய்து செய்யு செய்யா செய்யூ செய்தென	செய் அல்லது செய்ய	செயின் செய்யிய செய்யியர் வான் பான் பாக்கு

செய்யா என்னும் வாய்பாட்டு வினையெச்சத்திற்கும் ஈறுகெட்ட எதிர்மறைப் பெயரெச்சத்திற்கும் உள்ள வேறுபாடுகள்.

செய்யா என்னும் வாய்பாட்டு வினையெச்சம்	ஈறுகெட்ட எதிர்மறைப் பெயரெச்சம்
அடுத்த சொல் வினைச்சொல்லாக இருக்கும்.	அடுத்த சொல் பெயர்ச் சொல்லாக இருக்கும்.
எ.க.: "அடுக்குபு ஏற்றிக் கிடந்த"	எ.க.: "வடியா நாவின் வல்லாங்கு."
அடுக்குபு என்பது செய்பு என்னும் வாய்ப்பாட்டுச் சொல். அதனை அடுத்த சொல் 'ஏற்றி என்னும் வினைச் சொல்.	வடியா என்னும் சொல் நாவின் என்னும் பெயரைக் கொண்டு முடிகிறது.
எனவே அடுக்குபு என்பது வினையெச்சம்	எனவே பெயரெச்சம்

மேலும் சில எடுத்துக்காடுகள்	மேலும் சில எடுத்துக்காடுகள்
இழுக்கா இயன்ற தறம். காண்தொறும் விம்மா .... சோர மீளுங்கொல் என்றுரையா விம்மினாள்.	வணங்காத் தலை காணா யானை எண்ணலா வினையேன் பொன்றாத் துணை

21 உரிச்சொற்றொடர்

உரிச் சொற்கள் சில வருமாறு

சால
உறு
தவ -- மிகுதி என்னும்
நனி பொருளடையவை
கழி
கூர்

நட -- பெரியது என்னும் பொருளுடையவை
மா

கடி -- மிகுதி, விரைவு, காவல் முதலிய பல பொருள்களை உடையது.
இது பல பொருள் ஒரு சொல்லாகும்.

மல்லல் = வளமை
கெழு அல்லது கேழ் = நிறம்
மழ குழ = இளமை என்னும் பொருளை உடையன
தெவ் அல்லது தெவ்வு = பகைமை என்னும் பொருள்
இலம்பாடு = வறுமை
வை = கூர்மை
நளி = செறிவு, நெருக்கம்

மேற்காட்டிய உரிச் சொற்கள் பெயர்ச்சொல்லோடும் வினைச்சொல்லோடும் தொடர்ந்து வரும். அவ்வாறு வரும் தொடருக்கு உரிச்சொல் தொடர் என்பது பெயர்.

எ.க.:	**உறு** பொருள்	=	மிகுந்த பொருள்
	தடக்கை	=	பெருமை மிக்க கை
	கடிநகர்	=	காவல் மிக்க நகர்
	மா நகர்	=	பெரிய நகர்

எளிய வழி:
மேற்கூறிய சால, உறு முதலிய சொற்கள் வந்தால் உரிச் சொற்றொடர் என்று எழுதுக.

22 உருபு மயக்கம்

ஒரு வேற்றுமை உருபு தனக்கு உரிய பொருளைக் கொடுக்காமல் மற்றொரு வேற்றுமையின் பொருளை உணர்த்தி வருமானால் அஃது **உருபு மயக்கம்** எனப்படும்.

அதாவது புலவன் தான் சொல்ல வேண்டிய கருத்தை எந்த வேற்றுமை உருபு கொடுத்தும் கூறலாம். அவன் கருதிய பொருள் செல்லும் வழியே உருபு சாருமே அல்லாமல், உருபு சென்ற வழியே பொருள் செல்லாது.

சில எடுத்துக்காட்டுகள்:

"**கருவியாற்** காலமறிந்து செயின்"
-கருவியோடு என்று வருதல் வேண்டும்.

"இந்த **இப்பிறவிக்கு** இருதாமரை"
-இப்பிறவியில் என்று வேறு உருபு இருத்தல் வேண்டும்.

23 விளிப் பெயர்

(விளி ஏற்ற பெயர்ச்சொல்)

எட்டாம் வேற்றுமையயே விளி வேற்றுமை எனவும் கூறப்படும். ஏனைய ஆறு வேற்றுமைகளுக்கு உருபு உண்டு. ஆனால் இந்த எட்டாம் வேற்றுமையக் காட்ட உருபு ஏதும் கிடையாது. இருப்பினும் ஒரு பெயர்ச்சொல் விளியை ஏற்றுக் கொண்டதற்கு அடையாளமாக அப்பெயர்ச் சொல்லில் பல மாறுதல்களைக் காணலாம்..

எ.க.:

ஈற்றெழுத்து திரிதல்	- தந்தை	- தந்தாய்
ஈற்றில் மிகுதல்	- மகன்	- மகனே
ஈறு இயல்பாயிருத்தல்	- சாத்தன்	- சாத்தன்
ஈறு கெடுதல்	- அரசன்	- அரச
ஈறு அளபெடையேற்றல்	- வேள்	- வேஎள்

மேலும் சில எடுத்துக்காட்டுகள் :

அம்புலீ ஆடவாவே
பொதுவில் ஆடுகின்ற **அரசே**
மணிக் கேழன்ன மாநீர்ச் **சேர்ப்ப**
வேல் முற்றி முத்துதிரும் **வெற்ப**

24 செய்யுள் விகாரம்

செய்யுளில் வரும் அதன் யாப்பிலக்கண வரையறைகளுக்கு ஏற்பச் சொற்கள் மாறுபாடு அடைந்து வருவது உண்டு.

ஒரு சொல்லில் இருக்கும் மெல்லின எழுத்து, வல்லினமாக ஆக்கப்படும். உதாரணமாக அன்பு என்பது 'அற்பு' என வரும். அவ்வாறு வருவது வலித்தல் விகாரம் எனப்படும். இவ்வாறே ஏனைய விகாரங்களைக் காண்க..

1. அன்றை -	அற்றை -	வலித்தல் விகாரம்
2. தட்டை	தண்டை	மெலித்தல்
3. நிழல்	நீழல்	நீட்டல்
4. நாராயணன்	நராயணன்	குறுக்கல்
5. செய்யுமே	செய்யும்மே	விரித்தல்
6. நாடுக என	நாடுகென	தொகுத்தல்
7. தாமரை	மரை	முதல் குறை
8. வேதாந்தர்	வேந்தர்	இடைக்குறை
9. இல்லை	இல்	கடைக்குறை

இவற்றுள் **தொகுத்தல் விகாரம்** இரண்டு விதமாக வரும்.

1. இரண்டு சொற்கள் சேரும்போது நிலை மொழியில் உள்ள அகரம் தொகுக்கப்படும். அவ்வாறு அகரம் கெட்டுச் சேர்வது தொகுத்தல் விகாரம் எனப்படும்.

எ.க.:

செப்ப	+	அரும்	=	செப்பரும்
நாடுக	+	என	=	நாடுகென
வாழ்க	+	என்று	=	வாழ்கென்று

2. இரண்டு சொற்கள் சேரும்போது நிலைமொழியின் இறுதியில் உள்ள உயிர் மெய் எழுத்து கெட்டுப் புணர்ந்து வரும்.

எ.க.:

வருவதாக + சொன்னான் = வருவதாச் சொன்னான்

நிலை மொழியில் உள்ள "க" என்னும் எழுத்து தொகுத்தல் விகாரத்தால் கெட்டது

எ.க.:

மெய்யாக + கண்டவற்றுள் = மெய்யாக் கண்டவற்றுள்

மெய்யாக என்பதில் கடைசியில்ல் உள்ள 'க' என்பது கெட்டுப்போயிற்று; அதுவே தொகுத்தல் விகாரம்.

எ.க.:

நாற்குணமும் **நாற்படையா** ஐம்புலனும் **நல்லமைச்சா.**

நாற்படையாக, அமைச்சாக என்ற சொற்களில் உள்ள 'க' என்னும் எழுத்து தொகுத்தல் விகாரத்தால் கெட்டுப் போயிற்று.

தொகுத்தல் விகாரத்திற்கும் இடைக் குறைக்கும் உள்ள வேறுபாடு

எளிய வழி

1. இரண்டு சொற்கள் சேர்கின்ற புணர்ச்சியினால் வருவது தொகுத்தல் விகாரம்.

எ.க.: செப்ப + அரும் = செப்பரும்

2. தனிச் சொற்களின் நடுவில் எழுத்துக் குறைவது இடைக்குறை விகாரம்.

எ.க.: என்ன என்பது என என்று வருவது.

25 இரட்டைக் கிளவியும் அடுக்குத் தொடரும்

எ.க.:

சலசல என்று ஓடியது - இரட்டைக் கிளவி
கலகல என்று ஒலித்தது
குறுகுறு நடந்தது சிறுகை
தளதள என்று கொதித்தது

இல்லை இல்லை - அடுக்குத் தொடர்
போ போ
தீ தீ தீ
வாழ்க வாழ்க
ஐயகோ ஐயகோ

வருக வருக வருக -
நன்று நன்று நன்று நன்று

இரண்டிற்கும் உள்ள வேறுபாடு

இரட்டைக்கிளவி		அடுக்குத் தொடர்	
1	ஒரே மாதிரியாக இருக்கும் இருசொற்களைப் பிரித்தால் பொருள் கொடுக்காது	1	பிரித்தால் தனித்தனியே அச்சொல்லுக்குப் பொருள் உண்டு.
2.	இரண்டு சொல்லே இருக்கும்.	2.	இரண்டு முறை வருதலேயன்றி மூன்று நான்கு முறைகளும் சொல் அடுக்கி வரும்.
3.	கல கல, தள தள என்பன போன்று ஒலிக்குறிப்புக்காகவே அடுக்கிவரும்.	3.	விரைவு, கோபம், மகிழ்ச்சி முதலிய பல்வேறு பொருள்களில் அடுக்கிவரும்.

26 போலி

மக்களுடைய பேச்சுவழக்கில் ஐந்து என்பது கொச்சையாக அஞ்சு என்று வழங்கப்படுகிறது. இந்த் அஞ்சு என்ற சொல் போலிச் சொல்லாகும்.

இவ்வாறே புலவர்கள் வழக்கிலும் பல சொற்கள் திரிந்து வழங்கப்படுகின்றன. அகம் என்பதை அகன், ஆம் என்றும் வழங்குவர்; இது போலி.

பொருள் மாறுபடாமல் ஒரெழுத்து இருக்க வேண்டிய இடத்தில் வேறோர் எழுத்து வருதல், போலியாகும்.

ஒரு சொல்லின் முதல், நடு, கடைசி என்ற மூன்று இடங்களிலும் போலி எழுத்துக்கள் வரும்.

முதற் போலி

சரியான சொல்	போலி
மஞ்சு	மைஞ்சு
ஐம்பது	அம்பது
நண்டு	ஞண்டு

இடைப் போலி

சரியான சொல்	போலி
அரசு	அரைசு
நேயம்	நேசம்
இலஞ்சு	இலைஞ்சு
அரயன்	அரையன்
உய்ந்தனன்	உய்ஞ்சனன்

கடைப் போலி

சரியான சொல்	போலி
கலம்	கலன்
நிலம்	நிலன்
சுரும்பு	சுரும்பர்
சாம்பல்	சாம்பர்
குடல்	குடர்
பந்தல்	பந்தர்
திறம்	திறல்
பக்கம்	பக்கல்

முற்றுப் போலி

சொல் முழுவதும் எழுத்துக்கெழுத்து போலியாகி வருவது

சரியான சொல்	போலி
ஐந்து	அஞ்சு
வைத்த	வச்ச

27 மரூஉ

மக்கள் பேசும்போது சொற்களில் ஏற்படும் பெரும் மாறுதலே மரூஉ எனப்படுகிறது.

எ.க.:

தஞ்சாவூர்	-	தஞ்சை
சோழன் நாடு	-	சோணாடு
உறையூர்	-	உறந்தை
சென்னபட்டினம்	-	சென்னை
வருகிறது	-	வருகுது

எளிய வழி

பெரும்பாலும் ஊரின் பெயர்களும், வினை முற்றுச் சொற்களும் பலத்த மாறுதலுக்கு உட்பட்டுத் திரிந்த நிலையில் இருக்கும்.

இலக்கண நெறிப்பட்ட அமைப்பிலிருந்து மாறுபட்டு அச்சொற்கள் கொச்சைச் சொற்களாக இருப்பதைக் காண்க.

தொகுத்தல் விகாரம், போலி, மரூஉ வேறுபாடு கண்டுபிடிக்க வழி:

1. தொகுத்தல் விகாரத்தில் ஓர் எழுத்து மட்டுமே முற்றும் மறைந்து போயிருக்கும்

எ.க.: நாற்படையா — இதில் 'க' மறைந்துவிட்டது.

2. போலியில் ஓர் எழுத்து வேறு ஓர் எழுத்தாக மாறியிருக்கும்.

எ.க.: சாம்பல் - சாம்பர்

3. மரூஉ-வில், சொல்லே மிகுந்த மாறுதலுக்கு உட்படுத்தப்பட்டிருக்கும்.

எ.க.:

கோயமுத்தூர் - கோவை

பூவிருந்தவல்லி - பூந்தமல்லி, பூனமல்லி

28 வல்லெழுத்து மிகும் இடங்கள்

1		2		
பாடா	+	கிளி	=	பாடாக்கிளி

இரண்டு சொற்கள் சேரும்போது, இரண்டாவது சொல்லின் முதல் எழுத்து க, ச, த, ப ஆகிய நான்கு வல்லின எழுத்துக்களில் ஒன்றாக இருந்தால் (க, கா, கீ, ச, சா... என்று வல்லின உயிர் மெய்யாகவும் இருக்கும்) நடுவிலே க், ச், த், ப் ஆகிய வல்லின மெய்யெழுத்துகள் சில சொற்களில் மட்டும் நடுவிலே சேரும். இதனையே **வல்லெழுத்து மிகுதல்** என்பர்.

எ.க.:

தமிழை	+	கண்டேன்	=	தமிழைக் கண்டேன்
தமிழை	+	சந்தித்தேன்	=	தமிழைச் சந்தித்தேன்
தமிழை	+	தந்தேன்	=	தமிழைத் தந்தேன்
தமிழை	+	பார்த்தேன்	=	தமிழைப் பார்த்தேன்

தேர்வுகளிலும், கட்டுரைகளிலும் நம் மதிப்பெண்கள் குறைவதற்கு முக்கிய காரணம் வல்லெழுத்து மிகும், மிகாத இடங்களை அறியாமையே. அடிப்படையாக அறிய வேண்டிய சில முக்கிய விதிகள் மட்டும் கீழே தரப்பட்டுள்ளன. இவற்றை நினைவு கொண்டு எழுதிப் பழகினால் பெரும்பாலான ஒற்றுப் பிழைகளை நீக்கலாம்.

மிகுதியாகப் பிழை செய்யும் இடங்கள்:

1. இரண்டாம் வேற்றுமை உருபிற்குப் பின் மிகும்.
(இரண்டாம் வேற்றுமை உருபு ஐ)

மணியைப்	+	கண்டேன்	=	மணியைக் கண்டேன்
கதவை	+	தட்டினான்	=	கதவைத் தட்டினான்

2. நான்காம் வேற்றுமை உருபிற்குப் பின் மிகும். (நான்காம் வேற்றுமை உருபு 'கு')

அவனுக்கு	+	சொன்னேன்	=	அவனுக்குச் சொன்னேன்
தேர்வுக்கு	+	போனான்	=	தேர்வுக்குப் போனான்

3. கீழ்க்கண்ட சொற்களை அருத்து வரும் வல்லெழுத்து மிகும்

அந்த	அப்படி	அங்கு
இந்த	இப்படி	இங்கு
எந்த	எப்படி	எங்கு

அந்த	+	காலம்	=	அந்தக் காலம்
இந்த	+	தூண்	=	இந்தத் தூண்
எந்த	+	பொருள்	=	எந்தப் பொருள்
அப்படி	+	செய்வான்	=	அப்படிச் செய்வான்
இப்படி	+	கண்டாய்	=	இப்படிக் கண்டாய்
எப்படி	+	தந்தேன்	=	எப்படித் தந்தேன்
அங்கு	+	சென்றான்	=	அங்குச் சென்றான்
இங்கு	+	தங்கினேன்	=	இங்குத் தங்கினேன்
எங்கு	+	பார்த்தோம்	=	எங்குப் பார்த்தோம்

பிற இடங்கள்:

1. ஏழாம் வேற்றுமை உருபை அடுத்து மிகும்

நல்லாரிடை + புக்கு = நல்லாரிடைப்புக்கு

(இடை — 7ஆம் வேற்றுமை உருபு)

2. ஆறாம் வேற்றுமைத் தொகையில் அஃறிணைப் பெயர்கலின் பின் மட்டும் மிகும்.

யானை + கால் = யானைக்கால் (யானையினது கால்)

3. இரண்டு, மூன்று, ஐந்து, ஏழு ஆகிய உருபும் பயனும் உடன்தொக்கத் தொகைகளில் மிகும்.

இரண்டாம் வேற்றுமை உ.ப.உ.தொகை:

தயிர் + குடம் = தயிர்க்குடம் (தயிரை உடைய குடம்)

மூன்றாம் வேற்றுமை உ.ப.உ. தொகை:

ஓலை + குடிசை = ஓலைக் குடிசை (ஓலையால் ஆன)

ஐந்தாம் வேற்றுமை உ.ப.உ. தொகை

வாய் + சொல் = வாய்ச்சொல் (வாயினின்று வரும்)

ஏழாம் வேற்றுமை உ.ப.உ. தொகை

நீர் + செடி = நீர்ச் செடி (நீரின் கண் உள்ள)

4. கீழ்க்கண்ட எழுத்துக்களையும், பொருள் தரும் தனி நெடிலையும் (ஓரெழுத்தொரு மொழி) அடுத்து மிகும்.

அ	ய்	(வருமொழி — அதாவது இரண்டாவது
இ	ர்	சொல் — பெயர்ச் சொல்லாக
எ	ழ்	இருந்தால் மட்டுமே மிகும்)

அ	+	பக்கம்	=	அப்பக்கம்
இ	+	குரல்	=	இக்குரல்
எ	+	பெண்	=	எப்பெண்
தாய்	+	பற்று	=	தாய்ப்பற்று
தேர்	+	கால்	=	தேர்க்கால்
தமிழ்	+	பண்பு	=	தமிழ்ப்பண்பு

ஓரெழுத்தொரு மொழி:

தீ	+	புண்	=	தீப்புண்
பூ	+	சரம்	=	பூச்சரம்
ஈ	+	கூட்டம்	=	ஈக்கூட்டம்

5. கீழ்க்கண்ட சொற்களை அடுத்து மிகும்.

இனி	மற்று	முன்னர்	அவ்வகை
தனி	மற்ற	பின்னர்	இவ்வகை
என	மற்றை	எல்லா	எவ்வகை

இனி	+	கூறு	=	இனிக்கூறு
தனி	+	சொல்	=	தனிச் சொல்
என	+	சொன்னான்	=	எனச் சொன்னான்
மற்று	+	பேசலாம்	=	மற்றுப் பேசலாம்
மற்ற	+	பெண்கள்	=	மற்றப் பெண்கள்
மற்றை	+	காட்சி	=	மற்றைக் காட்சி
முன்னர்	+	பார்த்த	=	முன்னர்ப் பார்த்த
பின்னர்	+	கேட்ட	=	பின்னர்க் கேட்ட
எல்லா	+	காலம்	=	எல்லாக் காலம்
அவ்வகை	+	பண்பு	=	அவ்வகைப் பண்பு
இவ்வகை	+	குற்றம்	=	இவ்வகைக் குற்றம்
எவ்வகை	+	தர்மம்	=	எவ்வகைத் தர்மம்

6. கீழ்க்கண்ட சொற்கள் வினையெச்சங்களாக வந்தால் மட்டும் மிகும்.

ஆக	அன்றி
ஆய்	இன்றி
போய்	போல

நன்றாக	+	பாடினாள்	=	நன்றாகப் பாடினாள்

உண்பதாய்	+	சொன்னான்	=	உண்பதாய்ச் சொன்னான்
போய்	+	செய்	=	போய்ச் செய்
அன்றி	+	செல்லான்	=	அன்றிச் செல்லான்
இன்றி	+	போவான்	=	இன்றிப் போவான்
போல	+	செய்	=	போலச் செய்

7. ஈறுகெட்ட எதிர்மறைப் பெயரெச்சத்தினை அடுத்து மிகும்.

பாடா	+	பாவை	=	பாடாப் பாவை
ஓடா	+	தானை	=	ஓடாத் தானை

8. இரு பெயரொட்டுப் பண்புத் தொகையில் மிகும்.

சாரை	+	பாம்பு	=	சாரைப் பாம்பு
மருத்துவ	+	கல்லூரி	=	மருத்துவக் கல்லூரி

9. உவமைத் தொகையில் மிகும்.

மதி	+	குடை	=	மதிக் குடை
மலர்	+	கண்	=	மலர்க் கண்

10. பண்புத் தொகையில் மிகும்.

புது	+	குரல்	=	புதுக் குரல்

11. 11. 'த்து' என்று முடியும் சொற்களை அடுத்து மிகும்.

பார்த்து	+	சிரித்தான்	=	பார்த்துச் சிரித்தான்
காத்து	+	கிடந்தான்	=	காத்துக் கிடந்தான்

29 வல்லெழுத்து மிகா இடங்கள்

1. கீழ்க்கண்ட சொற்களின் பின் வல்லெழுத்து மிகாது.

அது	அவை	அத்தனை	அவ்வளவு
இது	இவை	இத்தனை	இவ்வளவு
எது	எவை	எத்தனை	எவ்வளவு
ஏது	யாவை		

அது + சிறியது = அது சிறியது

இத்தனை + பெரியது = இத்தனை பெரியது

எவ்வளவு + தந்தேன் = எவ்வளவு தந்தேன்

2. எழுவாய்த் தொடரில் (முதல் வேற்றுமை) மிகாது.

அவர் + சிரித்தார் = அவர் சிரித்தார்

பாரி + சென்றான் = பாரி சென்றான்

3. ஈறுகெட்ட எதிர்மறைப் பெயரெச்சம் தவிர, பிற பெயரெச்சங்களின் பின் மிகாது.

நல்ல + பறவை = நல்ல பறவை

அடித்த + புயல் = அடித்த புயல்

4. வினைத் தொகையில் மிகாது.

ஊறு + காய் = ஊறுகாய்

வளர் + பிறை = வளர்பிறை

5. உம்மைத் தொகையில் மிகாது.

இரவு + பகல் = இரவு பகல்

சேர + சோழ = சேர சோழ

6. த்த, ந்து, என்று முடியும் சொற்களை அடுத்து மிகாது.

பார்த்த + பெண் = பார்த்த பெண்

வந்து + சென்றான் = வந்து சென்றான்

30 அசையிலக்கணம்

அசையாவது ஓர் எழுத்து அல்லது இரண்டு எழுத்துக்கள் கொண்ட தொகுதியாம். அது நேரசை நிரையசை என்று இரு வகைப்படும்.

நேர் அசை (ஓர் எழுத்து)	நிரை அசை (இரண்டு எழுத்து)
1. தனிக் குறில் அ.க.	1. இரு குறில் பட, கல
2. குறிலும் ஒற்றும் அல், கல்.	2. இரு குறில் , ஒற்று படம், கலம்
3. தனி நெடில் ஆ, கா	3. குறில், நெடில் படா, கலா
4. நெடிலும் ஒற்றும் ஆல், கால்	4. குறில், நெடில் ஒற்று படாம், கலாம்

குறிப்பு :

1. செய்யுளிலக்கணத்தில் புள்ளியெழுத்துக்களுக்கு (க், ச் போன்றவை) மதிப்பில்லை. அவை எண்ணப்படமாட்டா.

2. எனவே நேர் அசையானது ஓர் எழுத்து உள்ள அசை ஆகும்.

3. எனவே நிரை அசையாவது இரண்டு எழுத்துக்கள் உள்ள அசையாகும்.

4. அளபெடைச் சொற்களை அசைபிரித்தல்

உழா அர்	-	நிரை நேர்	
அழு அம்	-	நிரை நேர்	- செய்யுளிசை
ஓ ஓதல்	-	நேர் நிரை	

உடீ இ	-	நிரை நேர்	
வெரீ இ	-	நிரை நேர்	- சொல்லிசை
அளை இ	-	நிரை நேர்	

உடுப் பதூ உம்	- நிரை நிரை நேர்	
உண் பதூ உம்	- நேர் நிரை நேர்	- இன்னிசை
எடுப் பதூ உம்	- நிரை நிரை நேர்	

31 இலக்கண இரத்தினச் சுருக்கம்

தேர்வுக்குச் செல்லுமுன் இதைப் படித்து விட்டுச் செல்லுங்கள்

1. **'அ'** வில் முடிந்தால் பெயரெச்சம்
   செய்த, வந்த

2. **'இ', 'உ'** வில் முடிந்தால் வினையெச்சம்
   ஆடி   - இ
   எழுதி
   செய்து   - உ
   வந்து

3. **'ஆ'** வில் முடிந்தால் ஈறுகெட்ட எதிர் மறைப் பெயரெச்சம்
   உண்ணா, சாவா

4. **'தல்' 'அல்' 'கை'** யில் முடிந்தால் தொழிற்பெயர்.
   நடத்தல் — தல்
   வாழ்க்கை — கை
   ஆடல் — அல்

5. **'ஆ' 'மை'** என்பதில் முடிந்தால் எதிர்மறைத் தொழிற்பெயர்
   உண்ணாமை, நில்லாமை

6. **'க'** வில் முடிந்தால் வியங்கோள் வினைமுற்று.
   வாழ்க

7. **மின்** வந்தால் ஏவல் வினைமுற்று

8. ‘பு’வில் முடிந்தால் செய்பு என்னும் வாய்பாட்டு வினையெச்சம்.
காண்குபு, ஓங்குபு.

9. ‘வன்’ ‘ஓர்’ இவற்றில் முடிந்தால் வினையாலனையும் பெயர்.
செய்தவன், நின்றோர்

10. ஏ ஓ — இவை இடைச் சொற்கள்
அவனே, அவனோ

11. ஏ ஓ — இவை இடைச் சொற்க
அ வந்தால் செய்யுளிசை
இ வந்தால் சொல்லிசை
உ வந்தால் இன்னிசை

12. நடுவில் ’ஆகிய’ மறைந்திருந்தால் பண்புத் தொகை
செந்தமிழ் — செம்மையாகிய தமிழ்

13. நடுவில் ‘போன்ற’ என்பது மறைந்திருந்தால் உவமைத் தொகை
முத்துப் பல் — முத்துப் போன்ற பல்

14. நடுவில் ‘உம்’ மறைந்திருந்தால் உம்மைத் தொகை
இராப் பகல் — இரவும் பகலும்

15. ஒலிக் குறிப்புச் சொல், இருமுறை வந்தால் இரட்டைக் கிளவி
சலசல என்று ஓடியது

16. சாதாரண எந்தச் சொல் இருமுறை மும்முறை வந்தாலும் அடுக்குத் தொடர்
நன்று நன்று
போ போ போ

17. இரண்டு வினைமுற்று அடுத்தடுத்து வந்தால் முற்றெச்சம்.
கண்டனன் வணங்கினான்.

ஆசிரியரின் நூல்கள்
தொடர்பிற்கு: ejsundar@gmail.com
1. கறுப்புத் தமிழனே கலங்காதே!
2. தமிழுக்கு இத்தனை சோதனைகள் ஏன்?
3. சுட்டி சுடர்கள்
4. அண்ணா என்கிற மனிதர்
5. எம்.ஜி.ஆர் என்கிற நடிகர்
6. 100 கேள்வி பதில்கள்
7. 80 வகை மருந்தில்லா மருந்துகள்
8. திருக்குறள்-133 (மிக எளிய உரை)
9. இலக்கணக் குறிப்புக் கண்டுபிடிப்பது எப்படி?
10. இன்னும் கண்டுபிடிக்கப்படாத அமெரிக்கா
11. America Yet to be discovered (English translation)
12. தமிழர் கற்கவேண்டிய பஞ்சாபியப் பாடங்கள்
13. Punjabi lessons learnt by a Tamil (English translation)
14. இன்னும் கண்டுகொள்ளப்படாத நாடுகள்
15. காஷ்மீர்- கண்டதும், காணாததும்
16. துபாய்: அரபிக்கடலுக்கு அப்பால் ஓர் அதிசயம்
17. அமெரிக்காவில் இரயில் பயணம்.
18. பறக்கும் தட்டுகள் பேசுகின்றன
19. சிலப்பதிகாரம்- உரையும் ஓவியமும்
20. மணிமேகலை- உரையும் ஓவியமும்
21. கடந்து செல்ல ஒரு வழிகாட்டி

உலகத் தமிழ்க் களஞ்சியம் - (World Tamil Encyclopedia) (மூன்று தொகுதிகள்- 2141 பக்கம்) - இ. ஜே. சுந்தர்- முதன்மைத் தொகுப்பாசிரியர்